ചിന്നാമുക്കി

Yuvajana Samithi Publication
Ochira

CHINNAMUKKI
By Ochira Sankaran
Poetry / Malayalam

First Published: August, 2024

Typesetting: Bodhi Books
Cover & Book Design:
Chembarathi Creatives

ISBN: 978-81-19770-02-1

Price **Rs.** 150
Production No. B-B-179-1-100-08-24

Bodhi Books
Nedumpana PO, Kannanalloor
Kollam - 691576, Kerala, India
E-mail: bodhibooks03@gmail.com
Tel: +91 9447304886

Printed and bound in India by
Repro Mumbai

ചിന്നാമുക്കി

കവിതാ സമാഹാരം

ഓച്ചിറ ശങ്കരൻ

യുവജനസമിതി പബ്ലിക്കേഷൻ
ഓച്ചിറ

നാടിന്റെ സർഗ്ഗാത്മകതയെ നാം തന്നെ അടയാളപ്പെടുത്തുന്നു

സാഹിത്യ, സാംസ്ക്കാരിക, സാമൂഹിക രംഗങ്ങളിൽ പ്രഭ ചൊരിഞ്ഞുനിൽക്കുന്ന ഓച്ചിറ യുവജനസമിതി പ്രഭാരാജേന്ദ്രൻ സ്മാരക ഗ്രന്ഥശാലയുടെ നേതൃത്വത്തിൽ യുവജനസമിതി പബ്ലിക്കേഷന്റെ അഞ്ചാമത്തെ പുസ്തകമാണ് പ്രസിദ്ധീകൃതമാകുന്നത് എന്നത് ഏറെ സന്തോഷത്തോടെ രേഖപ്പെടുത്തട്ടെ.

പ്രദേശത്തെ സർഗ്ഗസന്നദ്ധരായ എഴുത്തുകാരെ കണ്ടെത്തി പ്രോത്സാഹിപ്പിക്കുക എന്ന ദൗത്യം ഏറ്റെടുത്ത് മുന്നേറുകയാണ് ഈ ഗ്രന്ഥശാല. കാലത്തോടൊപ്പം സഞ്ചരിക്കുന്നതിലുള്ള ധന്യതയോടെ ഓച്ചിറ ശങ്കരന്റെ ''ചിന്നാമുക്കി'' എന്ന കവിതാസമാഹാരം നിറഞ്ഞ സന്തോഷ ത്തോടെ ഓച്ചിറ യുവജനസമിതി പ്രഭാരാജേന്ദ്രൻ സ്മാരക ഗ്രന്ഥശാല പ്രസിദ്ധീകരിക്കുന്നു.

യുവജനസമിതി പബ്ലിക്കേഷൻ
ഓച്ചിറ, കൊല്ലം

മുഖവുര

എന്റെ കരങ്ങളിലെ തൂലിക തുമ്പിലെ മഷിയിലൂടെ വെള്ള പേപ്പറിന്റെ പ്രതലത്തിൽ പതിക്കുന്ന അക്ഷരങ്ങൾ കവിതക്കുള്ള ആശയങ്ങളായി രൂപാന്തരം പ്രാപിക്കുമ്പോൾ മനുഷ്യവർഗ്ഗത്തിനും ഭുപ്രകൃതിക്കും മറ്റൊന്നിനും കോട്ടം സംഭവിക്കാതിരിക്കാൻ ഞാൻ ശ്രദ്ധിച്ചുകൊണ്ട് ആവശ്യങ്ങൾ ജീവസുറ്റ വാക്കുകളായി അഴിയാത്ത രൂപാന്തരങ്ങളായി.

ബാല്യം മുതൽ ഞാൻ പ്രകൃതിയെ സ്നേഹിച്ചും പ്രകൃതിയുടെ സ്പന്ദനങ്ങൾ അറിഞ്ഞും കാടും, കുളവും, തോടുകളും വയലോരങ്ങളും അവയുടെ പച്ചപ്പുകളും മഴയും, മുകിലും ഞാനേറെ ഇഷ്ടപ്പെട്ടു. മഴക്കാലത്ത് തോടുകൾ നിറഞ്ഞൊഴുകുന്നത് കാണാൻ ഞാനേറെ കൊതിച്ചു. ഒരു കർഷകന്റെ മകനായി ജനിച്ച എനിക്ക് പ്രകൃതിയുടെ താളം മനസിലാക്കാൻ അധികസമയം വേണ്ടിയിരുന്നില്ല.

അച്ഛന്റെ പിന്നാലെ പാടവരമ്പിലൂടെ ഒഴുകുമ്പോൾ കാണുന്ന കാഴ്ചകൾ എന്നെ മറ്റൊരു ലോകത്തിലേക്ക് എത്തിച്ചിരുന്നു. എന്നെ കൂടുതൽ ആകർഷിച്ചത് ഞങ്ങളുടെ പുരയിടത്തിന്റെ അതിർത്തിയിലൂടെ ഒരു തോട് കടന്ന് പോയിരുന്നു. പച്ച പിടിച്ച് കിടക്കുന്ന വയലിലെ ജലം അതുവഴിയാണ് ഒഴുകുന്നത്. വീട്ടിൽ നിന്നാൽ ആ തോട്ടിൽ പല ശബ്ദങ്ങളോടെ പല താളത്തിൽ പല രീതിയിലുള്ള സംഗീത ധ്വനികൾ കേൾക്കാമായിരുന്നു. അതുകൊണ്ടാകാം പൂർവ്വികർ ഞങ്ങളുടെ വീടിന്റെ പേര് ''ഒഴുക്ക് പാട്ട് തറ''യെന്ന് നൽകിയത്. ആ ഒഴുക്കു പാട്ടിൽ ലയിച്ച് താളം പിടിക്കുന്ന കൈതോലകൾ, ചെറിയ പുൽച്ചെടികൾ ഇവയെല്ലാം എന്നിൽ വലിയ സന്തോഷം തന്നിരുന്നു. അങ്ങനെ എന്നിൽ കവിതജനിച്ചു തുടങ്ങി. അറിയാതെ ആ തോടിനോട് ഇഷ്ടം തോന്നി. സമയം കിട്ടുമ്പോൾ ആ തോടിന്റെ തീരത്ത് ഒറ്റയ്ക്കിരുന്നു കവിതയെഴുതി. ഒന്നല്ല, രണ്ടല്ല, അനേകം

കവിതകൾ, നാടകങ്ങൾ, ഏകാങ്ക നാടകങ്ങൾ. നാടകങ്ങൾ സ്വയം അഭിനയിച്ചു ആരും കാണാതെ. എന്നാൽ ആ കവിതകളും നാടകങ്ങളും സമൂഹത്തിനുവേണ്ടി നൽകാൻ കഴിഞ്ഞില്ല. ഇപ്പോൾ അതോർത്ത് വ്യാകുലപ്പെടുന്നു. എന്നിലെ കഴിവുകൾ എന്റെ അച്ഛനും അമ്മയും ഒഴികെ ആരും തിരിച്ചറിഞ്ഞില്ല. എന്റെ ഏകാങ്ക നാടകാഭിനയം മണ്ണെണ്ണ വിളക്കിന്റെ പ്രകാശത്തിൽ എന്റെ പഴയ മുറിയിൽ അവതരിപ്പിച്ചപ്പോൾ താക്കോൽദ്വാരത്തിലൂടെ അമ്മയും അച്ഛനും കാണുകയും അയൽവാസികളെ വിളിച്ച് കാണിക്കുകയും ചെയ്തത് ഇന്നും ഇന്നത്തെപ്പോലെ ഞാൻ ഓർക്കുന്നു. അവരുടെ പ്രോത്സാഹനം ആണ് അന്നും ഇന്നും എന്റെ ധൈര്യം.

2021 ൽ "ആഴം" എന്ന എന്റെ കവിത തിരുവനന്തപുരം അകാശവാണിക്ക് അയച്ചുകൊടുത്തു. അതിനായി എന്നിൽ പ്രചോദനം നൽകിയത് ഷെമീർ എന്ന പത്രപ്രവർത്തകൻ ആയിരുന്നു. ആകാശവാണിയിൽ കവിത അവതരിപ്പിക്കാൻ ക്ഷണം കിട്ടിയ ഞാൻ അത് വളരെ ഭംഗിയായി അവതരിപ്പിച്ചു. അങ്ങനെ എന്നിലെ കവിയെ പുറംലോകമറിഞ്ഞു. അതിന് നിമിത്തമായത് ഓച്ചിറ മേമന തെക്ക് യുവജന സമിതി ഗ്രന്ഥശാലയുടെ സെക്രട്ടറി ശ്രീ. അരുൺകുമാർ ആണ്. അദ്ദേഹത്തിന്റെ വാക്കുകളും പ്രചോദനങ്ങളും എന്നെ കൂടുതൽ എഴുതുവാൻ പ്രേരിപ്പിച്ചു.

ആകാശവാണി പ്രക്ഷേപണത്തിനുശേഷം ഓച്ചിറ മേമന എസ്. എൻ. ഡി. പി. കരയോഗത്തിൽ നിന്നും പുരസ്കാരം ലഭിച്ചു. സ്നേഹം നിറഞ്ഞ വരവിള ശ്രീനി സാറിന്റെ പ്രചോദനത്താൽ ഓച്ചിറ പരബ്രഹ്മ ക്ഷേത്രത്തിലെ കവിയരങ്ങിൽ പങ്കെടുക്കാൻ കഴിഞ്ഞു. കൂടാതെ എന്റെ കവിതകൾക്ക് ആവശ്യമായ നിർദ്ദേശങ്ങളും തന്ന് എന്നെ സഹായിച്ചു.

കാലപ്പഴക്കത്തിൽ എന്റെ മനസ്സിൽ നിന്നും മാഞ്ഞുപോയ ഞങ്ങളുടെ തൊടിയിലെ ജലവും, തോടും, അച്ഛനും അമ്മയും.... ഒരു തീരാനഷ്ടം പോലെ അമ്മയുടെയും അച്ഛന്റെയും സ്നേഹവും വാത്സല്യങ്ങളും ആ തൊടിയിലെ ഒഴുക്കിൽ ഒഴുകിപ്പോയതായി എനിനക്കനുഭവപ്പെട്ടു. എങ്കിലും "ആഴം" എന്ന എന്റെ കവിത ആകാശവാണിയിൽ പാടാൻ കഴിഞ്ഞതും ഓച്ചിറ ദേശത്തിന്റെ വെളിച്ചമായി നിൽക്കുന്ന യുവജന സമിതി ഗ്രന്ഥശാലയുടെ പ്രവർത്തനങ്ങളുടെ ഭാഗമാകാൻ കഴിയുന്നതും എന്നി

ലെ സ്വപ്നങ്ങൾക്ക് നിറച്ചാർത്തേകി.

എന്നിലെ കഴിവുകളെ പൊതു സമൂഹത്തിൽ അവതരിപ്പിച്ച ആകാശവാണി നിലയത്തിലെ സംഘാടകർക്കും എന്റെ കവിതാ സമാഹാരം ഒരു പുസ്തകരൂപത്തിൽ സമൂഹത്തിലേക്ക് എത്തിയ്ക്കാൻ എന്നോടൊപ്പം നിന്ന് പ്രോത്സാഹിപ്പിച്ച ഓച്ചിറ മേമന യുവജനസമിതി പ്രഭാരാജേന്ദ്രൻ സ്മാരക ഗ്രന്ഥശാലാ സെക്രട്ടറി ശ്രീ. അരുൺകുമാർ, ലൈബ്രറിയുടെ മറ്റ് സംഘാടകർക്കും എന്റെ നന്ദിയും കടപ്പാടും അറിയിക്കുന്നു. എല്ലാറ്റിനും ഉപരി എന്നെ ഒരു ചെറിയ കവിയാക്കിയ പ്രകൃതിക്കും പ്രപഞ്ചശക്തിക്കും നന്ദി ചൊരിഞ്ഞുകൊണ്ട്,

പ്രതീക്ഷയോടെ,

ഓച്ചിറ ശങ്കരൻ

മനുഷ്യമനസ്സ് വായിക്കുന്ന എഴുത്തുകാരൻ

നേരിന്റെ ചൂരും കൃഷിപ്പാട്ടിന്റെ സംഘബോധവും ചുറ്റുപാടുകളിൽ നിന്നുയരുന്ന വികാരവിചാരങ്ങളും ഒത്തൊരുമിക്കുന്നതാണ് ശ്രീ. ഓച്ചിറ ശങ്കരന്റെ കവിതകൾ. ചിന്നാമുക്കി എന്ന കവിതാസമാഹാരത്തിലെ കവിതകൾ വാമൊഴി വഴക്കങ്ങളും ലോകോക്തികളും കൊണ്ട് സമ്പന്നമാണുതാനും. വ്യത്യസ്ഥവും നർമ്മം തുളുമ്പന്നതുമായ ചിന്നാമുക്കി എന്ന പേരാണ് പുസ്തകത്തിന് നൽകിയിട്ടുള്ളത്. അടുക്കളയിലും അയലത്തും പാടത്തും വരമ്പത്തും ഇടവഴിയിലുമൊക്കെ കാണുന്നവയെ കവി വിഷയമാക്കുന്നുണ്ട്. സ്ത്രീജീവിതങ്ങളും മൃഗങ്ങളും പ്രകൃതിയും കവിതയിൽ കടന്നുവരുന്നു. നെഞ്ചിലൊത്തിരി തീയുമായി പുട്ടുണ്ടാക്കുന്ന അമ്മിണി പറയുന്നത് എണ്ണിയാലൊടുങ്ങാത്ത കലഹങ്ങളുടെ കുറ്റിയാണ് പുട്ടുകുറ്റി എന്നാണ്. കൂനൻ, ആത്മവിലാപം തുടങ്ങിയ കവിതകളാകട്ടെ വാമൊഴിച്ചന്തം തുളുമ്പുന്നവയാണ്. അറിവാണറിവിനപ്പുറമെന്തുണ്ട് എന്നാണ് കവി വെല്ലുവിളിക്കുന്നത്. അനുഭവത്തിന്റെ ചൂളയിൽ പാകപ്പെട്ടിട്ടുള്ള തന്റെ അറിവിനപ്പുറം ഒന്നുമില്ലെന്ന് കവി ഉറക്കെ പ്രഖ്യാപിക്കുന്നു.

വിടപറയാത്ത കല എന്ന കവിത പ്രണയിനിക്കും കവിതയ്ക്കും ഒരുപോലെ ഇണങ്ങുന്നുണ്ട്. ഒളികണ്ണിട്ട് നോക്കി നിൽക്കുന്ന മഴവില്ലഴകിനെ മാടിവിളിക്കുകയാണ് കവി. ജീവിതത്തിന്റെ സമ്മിശ്രവും സന്ദിഗ്ധവുമായ മുഹൂർത്തങ്ങളെ ആവിഷ്ക്കരിക്കുന്ന കവി ശ്രീ. ഓച്ചിറ ശങ്കരന് ഹൃദയം നിറഞ്ഞ വിജയാശംസകൾ നേരുന്നു.

ഡോ. ഷൈനി തോമസ്
അസി. പ്രൊഫസ്സർ,
മാർത്തോമ്മ കോളേജ്, തിരുവല്ല

കവി ഇല്ലത്ത്

രഹസ്യമനമറിയാനുള്ള വ്യഗ്രത
കാതില്ലാതെ കേൾക്കുന്നവൻ
വായില്ലാതെ രുചിക്കുന്നവൻ
പാദങ്ങളില്ലാതെ സഞ്ചരിക്കുന്നവൻ
വയറ്അറിയാതെ വിശക്കുന്നവൻ
ചോദിയ്ക്കാതെ കൊടുക്കുന്നവൻ
ജീവിതഘോഷയാത്രാ രസതാളം
അളക്കാതാഴമറിയാതെയളക്കാതറിയാം..
രഹസ്യഭാവനാരഹസ്യം
ഉരുകിതൂകിയറിയുന്നവൻ
കവിയില്ലത്ത് കടലോളത്തിര-
ച്ചുരുളിൽ കാലിൽമ്മേൽ കാലുംവെച്ചു
കവിതരചിച്ച് അക്ഷരാലിക്കിട്ടു....
മൂത്തുവാരും മുക്കുവപ്പെണ്ണേ
നിനക്കീ പാദസ്വരമാരു സമ്മാനിച്ചു.
ഞാനാരെന്ന്അന്വേഷിച്ച
ന്വേഷിച്ചു നടന്നൊടുവിൽ
ആരുമല്ലാത്തപൂജ്യ-
മാണെന്നുകണ്ടെത്തി
ഒടുവിൽ പൂജ്യം ഞാനൊന്നു
തുരന്നുതുരന്നതിലൊരു
കടൽകണ്ടെത്തിത്തിരയോളം.......
കടലാഴമന്വേഷിച്ച്
അന്വേഷിച്ചൊരുകാന്താരി
മുളകു ഓളത്തിൽ നീന്തി
നടക്കുന്നു ഞാനത് കൈയ്യിലെടുത്തു.
എന്റെ കത്തിക്ക് മുറിക്കാൻ തുടങ്ങിയപ്പോൾ

കാന്താരി മുളകു ചോദിച്ചു
''യെന്നെയെന്തിനാ മുറിക്കുന്നത്
യെനിക്ക് കരണംപൊട്ടുന്നയെരിവ്
മാത്രമാണ് ജന്മാന്ത്യം വരെ''...

കണ്ണാടി

രമിച്ചാലസ്യമുക്തനായോ -
യേകസിംഹരാജൻ കരി -
മ്പാറമേലോരോ ചുവടു
വെച്ചു നടന്നുനടന്നു കണ്ണാടി
നോക്കി വാൾമുനയാട്ടികൊണ്ട്
മോണകാട്ടി ഗർജ്ജിക്കുന്നുച്ചത്തി-
ലവനവളെ മറന്നു ജീവിക്കുന്നു......
എല്ലാ ജനാധിപത്യ കണ്ണാടിയിലൂടെ
ഒളിയ്ക്കാതെ കാണാപ്പോരുരുകി -
ത്തീരും മുമ്പേ കാണാം
പ്രകൃതിയിലിണ ചേരലൊരു
സൈലൻ ബാലൻസാ -
ചുവടടി പിഴച്ചാൽ
ഭ്രാന്തൻമാരുടെ ലോകം......
ഇരുണ്ടുരുണ്ടൊരു
ഗോളാകൃതിയിലൊരു
വിളക്കുകൊളുത്തിയിഷ്ടം
പകുക്കുകയതിവൃത്തി
തോക്കുപോലും തോല്ക്കും
വാക്ക് ഭാവനയാസൃഷ്ടി.....

പുലിവാതുക്കലമ്മിണി

പുട്ടു ചുടുന്നമ്മണിക്കെപ്പോഴും
നെഞ്ചിലൊരുയെരിതീയാണവൾക്ക്.
കുറ്റിയിൽ നിന്നു പുട്ടുകുത്തുമ്പോൾ
ഉടയുമോയെന്നൊരുൾഭയം
നെഞ്ചിലൊരുയെരിതീകനലഗ്നി -
കുണ്ഠംപോലവൾ ജ്വലിച്ചുനിന്നു.
ആവിയേറും പുട്ടൊഴിഞ്ഞുപോയി
കുറ്റിവെറും പൊള്ളയായി -
അമ്മയെന്നെയിട്ടിട്ടു ഓടിപ്പോയി
പുട്ടുകുറ്റിപോലെ പൊള്ളയായി ഞാനും
സങ്കടം കൊണ്ടേറെനാൾ
ഞാനേങ്ങിക്കരഞ്ഞു പോയി.....
അയ്യോ പുട്ടെ പൊടിയല്ലെ പുട്ടെ-
യിക്കാ വരുമ്പം തലയ്ക്കടിക്കും പുട്ടെ
അള്ളാണെ പുട്ടു പൊടിയല്ലെ പുട്ടെ -
യിക്കാ വരുമ്പം തലയ്ക്കടിക്കും പുട്ടെ
യെണ്ണിയാലൊടുങ്ങാത്ത -
കലഹങ്ങളുടെ കുറ്റിയാണ്
വേകാത്ത കുറ്റങ്ങൾ വേകുന്നകുറ്റി
ആർത്തി പൂർത്തീകരണക്കുറ്റി.

കൂനൻ

കൂനാ....കൂനായെവിടെ പോകുന്നു?
കൂനൻകുളങ്ങരെ റേഷനു് പോണു
ആനചേട്ടൻ വന്നാലെന്തൊ ചെയ്യും ?
ആനവാലിലൊളിച്ചിരിക്കും
കുതിരവന്നാലെന്തോ ചെയ്യും ?
കൂനു വലിച്ചൊരു കുത്തുകൊടുക്കും..

കൂനി കൂനികുറ്റിത്തലമുടിതടവി
ചെറുചിരിയോരുകുസ്യതി -
ചോദിച്ചു കൊണ്ടൊരു ചെറുചിരി.
കുഞ്ഞെ കുഞ്ഞെ വളരും തോറും
വിളയും, വിളയും തോറും കുനിവതുകാലം;
കൂനിനു ഊന്നുവടിയൊരുതാങ്ങ്...

റോസേ

കരിം പകയാരു ചെയ്താലും
ഒരുനല്ലവാക്കു പറയാൻ
മറന്നെന്നു മനം കൂടെക്കുടെ
നുള്ളിനോവിച്ചോതുന്നുറങ്ങാതെ
''റോസേ'' കഷ്ടമേ, നീയുറങ്ങാതെയേറെ-
നാളായോരു ഒരു തുള്ളിദാഹ-
ജലത്തിനായികേഴുന്നു
തളിരില വാടിക്കരിഞ്ഞിട്ട്
കരിമുട്ടുമായി ദാഹജലം ഞാ -
നിന്നൊഴിച്ചുതരാം
ഓമനേ പൂവിതൾ വിരിയും വേറെ-
യാരും വിളിക്കാതെ നിന്നെ
സ്വീകരിച്ചാനയിച്ചിരുത്തി;
നല്ലവാക്കോതി വരണം..

വിശപ്പ്

വിശപ്പിനുവയറുനിറയ്ക്കലല്ലാ-
തൊരുപായമില്ലാവസാനയിര
ജീവനൊടുക്കിയേ, മുക്തിനേടുകയുള്ളി
താരോർക്കുന്നു സോദരാ......
പറയുകയുയിരേ? പകരം പകുക്കാനുണ്ടോ?

വാക്കുകൾ കൂട്ടിച്ചൊല്ലാനറിയാത്ത
ഓമനകളുടെയൊച്ചയുച്ചത്തിൽ
കരയുന്നത്‌യെതിരാളിയെ തോല്പിക്കുന്ന
വിശപ്പിനെയാണോ? അതോ?
തന്ത്രശാലിയായമ്മയെ കാണാഞ്ഞാ -
യുധം - കരച്ചിലിനോടുവാരിക്കോരി-
യെടുത്തുമ്മവെച്ചാൽ ആറുമോ
മാറുമോ വിശപ്പ്.....

ജൻമാവകാശം നേടുകയല്ലാതെ
അടങ്ങിയൊതുങ്ങില്ലിനി.
ഇതൊരുത്തരവുകൊണ്ട -
ടങ്ങില്ലത്ര തീരെ - നിസാര -
കാര്യമല്ലറിവു ഗർവ്വുള്ളതാ -
വിശപ്പടങ്ങില്ലനവധി പ്രതിഭ
വിനിമയവിഭവം നിറയെ
വിളയും നാളെ ....നാളെ-
യൊരുജാതി ശവമഞ്ചൽ -
ചുമന്നവരാകും....

അമരക്കാരൻ

മറഞ്ഞിരിക്കുന്ന അനീതിയെ പുറത്തുകൊണ്ടുവരുന്നതാണ് സാഹിത്യത്തിന്റെ കടമ. രാഷ്ട്രീയത്തിൽ പുറത്തു കൊണ്ടുവരാൻ പറ്റില്ല. പൊതിഞ്ഞുവക്കലാണ് രാഷ്ട്രീയത്തിൽ. അണികൾ നേതാക്കളെ തോളിലേറ്റി ആർത്തു വിളിച്ചു മാലയിട്ടു നാടുനീളെ എതിരേറ്റു നടത്തും, പക്ഷെ കൂട്ടത്തോടും കാലുവാരി തോല്പിക്കാറുമുണ്ട്. ഇതൊരു റിയലിസമാണ്. എതിർക്കുന്നവരെയും അനുകൂലിക്കുന്നവരെയും സ്വാഗതം ചെയ്യണം.

ഇരുളേതു ശത്രു മിത്രത്തെയും
ഒരുപോലെ മൂടിവച്ചു സംരക്ഷിച്ചു
ഒന്നുമറിയാതിരിക്കുന്നിരുളൊരു
നയതന്ത്രജ്ഞനാണു സഖാവു പോറ്റി.

ഇതൊരു സ്വയംപ്രകാശിതയറിവു
നീതി അനീതിക്കെതിരെ, ഏകവിധി
സൃഷ്ടിച്ചഅഗാധമുറിവിന്റെ വിയോഗം
ഉള്ളെരിഞ്ഞു വേദനയ്ക്കാരാകും
ഇതിനാരാകുമമരക്കാരൻ

നീ അകാശമാണ്
നീ കടലാഴമാണഗ്നിയാണ്
നീ ഇളകാത്തിച്ഛയാണ്
നീ വെളിച്ചമാണ്

പൂണുനൂൽ ചങ്ങല വേലിയിൽ
മതകുലമുടച്ച കുഴിമാടത്തിൽ

കുലകുളി കഴിഞ്ഞ പുലകുളി
പുര, രഹസ്യമടച്ച കുലരഹസ്യം
ജപ്തിയ്ക്കു വഴങ്ങാത്താദർശം
നാടിനു കത്തിയെരിഞ്ഞൊരുയിരാണ്.
അറിവാണറിവിനപ്പുറമെന്തുണ്ട്?

നിരാശ്രയരുടെ ഒറ്റയടിപ്പാതയിലാ-
ളേറെയില്ലാത്തയേക സഞ്ചാരി
വഴിയില്ല വഴിവിളക്കു കാവലില്ല,യതിരില്ല
മനപ്പേടിയില്ലാത്ത കുളിരിളം ഇരുളിലെ
മിന്നാമിനുങ്ങേ; വേരോടിയ
ഗ്രാമീണ ചമൽക്കാര ഭംഗി
നിറനിറയേ ആനന്ദഗർഭം
ധരിച്ചുനമുക്കാശ്വസിക്കാം.

കൗശല ലക്ഷ്യമറിഞ്ഞ ഭൂമിദേവി
മുലകുലുങ്ങിച്ചിരിലഹരിയിലായിരം
തെങ്ങിലെ സുനാമിയിലജ്ഞാതമാം
നിഗൂഢരഹസ്യതാണ്ഡവമാടി.
നാദരൂപമായതിനപ്പുറം ഒന്നുമില്ലാ.
നരനുവിശപ്പിനപ്പുറം ഒന്നുമില്ല.

ലോകായുധയുദ്ധത്തെ തോൽപ്പിച്ച
ചെറുനാവായുധ യുദ്ധതന്ത്ര വിജയംകണ്ടു
ജപ്തിക്കുവഴങ്ങാത്തൊരേക ആയുധം
രാഷ്ട്രീയശക്തികൾക്ക് തിരിച്ചറിയാനേറെ താമസിച്ചു
പോയൊരു തീരാനഷ്ടം
വാളിനറിയാത്തൊതേതും വാക്കാല-
റുതി വരുത്തും നരനുനാവായുധം

ഉലയിലൂതിക്കാച്ചിപ്പഴുപ്പിച്ചി-
രുമ്പിലാഞ്ഞടിച്ച ചുറ്റികക്കറിയാമോ?
കരിങ്കാളിക്കു മൂക്കുത്തി, ഊരാളിക്കു
വാളും വളയുമാണെന്നെങ്ങനെ, മനസ്സിലായി
കൗശലക്കാരാ...ഇതാരുടെതന്ത്രമാ?

എല്ലാരും മിത്രങ്ങളായി
തനിയേ മതിലുകളില്ലാതായി
മരിച്ചിട്ടും ഒടുങ്ങാതായിവിടെ
സ്വപ്നം കണ്ടു ജീവിക്കുന്നു.

ആഴം

പ്രസവ നോവറിയുന്നതിനു മുമ്പോരമ്മ
തുളുമ്പി തുടിയ്ക്കുന്നോരോമന
ശിശുരോദന ചിത്രമൊരേകാന്തതയി-
ലാനന്ദമായി വരച്ചുറ്റുനോക്കുന്നു.

ദൂരമല്ലെന്നാലും ഒട്ടിയിരിക്കുന്ന നിൻ
രൂപമെങ്ങനെയെന്നൂഹിച്ചോമനേ
അടങ്ങാത്താവേശമാത്മാവറിയുന്നി
ല്ലിങ്ങനെയെന്നു മതിവരുന്നില്ല നിൻ രൂപം

നീ....ആരോണോമനെ തനിതങ്ക-
മൊരാണോ? അതോ, എന്നുടം പിറവിയോ
എങ്ങനെ നിൻ രൂപമൊരു
നിശ്ചയവുമില്ലയതിരുടലിളകി-
നീന്തിതുടിക്കയതിമോഹവുമായി
ഞാനും, വരവായി നീയും

ഞാനിവിടെയാണമ്മേ, നാളെ
ഒരു വേളയെത്തുമ്പോളീ വിഹായസ്സിലിരുളിലിതളറ്റു-
വീഴുവോളം വെളിച്ചവുമായി
അമ്മയും, വിളക്കായി കത്തിജ്വലിച്ചു-
സഭാതലമാകെയഴലു തീരും

ആരെന്നെ ഓർക്കുന്നുവോ ഞാനുണ്ടവിടെ
നിറസാന്നിദ്ധ്യവുമായിന്നുതൊട്ടു നമ്മുടെ
ജന്മ മുക്തിയിലൊഴുകിയൊരു നവ-
യുഗപ്പിറവി ദിനമായി വന്നുദിച്ചുനില്ക്കും.

ചിന്നാമുക്കി

(ഹാസ്യം)

കടിച്ചപ്പോഴറിഞ്ഞില്ല
ചൊറിഞ്ഞപ്പോഴറിഞ്ഞെടീ കാന്താരീ......
നീ കൂടുവത്രത്തെകൊത്തല്ലെ
മരുന്നില്ല മന്ത്രമില്ലടീ ഞാഞ്ഞൂലെ
അവിളിലെയഹന്തയൊളിക്കുന്നു.

പല്ലുകടിച്ചു ഞവറി "രാധ"
യവളുടെ നാവു ചൊറിഞ്ഞു
അനവധി പുഴുത്ത തെറിയാൽ
അലറിക്കൊണ്ടയെച്ചിൽ ചൂലു-
തറയിലാഞ്ഞു തല്ലിത്തല്ലി

കലി തീരാഞ്ഞവൾ ചെറു-
കട്ടുറുമ്പിനെ തല്ലിനുറുക്കി
അലറിക്കൊണ്ട് ചൂലിനു തൂത്തുകൂട്ടി-
യെന്നെതൊട്ടു കളിച്ചാലിങ്ങനെതന്നെ.

അരിശം തീരാഞ്ഞവൾ കുറ്റിച്ചൂലും
കുപ്പയുംകൂട്ടി തീയിൽ ചുട്ടരിശം
തീരാഞ്ഞവൾ കതകാഞ്ഞ് വലിച്ചടച്ചു
കലിതീരാഞ്ഞ് കാർക്കിച്ചഞ്ചാറ്
തുപ്പും തുപ്പി,യേണിനു കൈയ്യുവെച്ചു
തലയും കൈയ്യും കുലിക്കികൊ-
ണ്ടെന്നോടുകളിച്ചാലിങ്ങനെ തന്നെ,
നാരിമാരാരും ഒന്ന് ഒളിയ്ക്കും കേട്ടോ?

നിങ്ങൾ പിന്നെത്തിരിപ്പുളിയ്ക്കും, ''യാക്കം'',
യെന്നാലൊന്നും ഒളിക്കില്ലടോ.

അമ്പലമില്ല കോടതിയില്ല
വാഹനമില്ല കോളേജില്ല എല്ലാം എല്ലാം
ഇവത്തിങ്ങൾക്ക്, ഓക്കാനിച്ചാലൊരുകൂന-
ഛർദ്ദി; തുപ്പിപ്പുഴുപ്പിച്ചൊന്നു നുണഞ്ഞു
കണ്ണുമടച്ചു കൈക്കൊണ്ടരാംഗ്യം-
കാണിച്ച് നടത്തം കണ്ടാലയ്യോ....
പാവം തന്നെ കൂട്ടത്തിലൊരു
ഇരട്ടച്ചങ്കൻ കോടങ്കണ്ണനിങ്ങനെ
ഇന്നാളൊരിയ്ക്കിലിരട്ട പെറ്റവൾ
പിന്നെയും പിന്നെയും'യാക്കം'
തന്നെയെന്തരു കാലക്കേട്

അമ്മപരങ്ങഴി മോളുപരങ്ങഴി
അക്കുടിമക്കളെല്ലാം പരങ്ങഴി
കേട്ടമാത്രേയടിച്ചുതളിക്കാരി
പൊണ്ണത്തടിച്ചി രുദ്രാക്ഷക്കാ-
മാലയണിഞ്ഞലറികൊണ്ടയെച്ചിൽ
ചൂലുകുലുക്കി തീരാഞ്ഞരിശത്തോടു
എഴുന്നേറ്റ്യിങ്ങനെ......ഛീ....
കുഞ്ചൻ നമ്പ്യാരാരാ,യാലും പെണ്ണ്
പിഴച്ചാലാൽ നമ്പ്യാരെ-
നീയും അടിമുടി പിഴച്ചവനാ-
ണെന്നോർത്തോ, തലമുറതോറും

കേട്ടാൽ പറയാനെന്തെളുപ്പം
പൊരുളൊരുചുക്കും അറിയില്ല
അർഥം അനർഥം ഒന്നും അറിയില്ല കേട്ടോ?
തിണ്ടാരിയറിയാം തീണ്ടലിണ്ടലറിയില്ല
പ്പടകളുടെ കലഹം കൊണ്ട്
പോയത്തെച്ചിരികണ്ടു നമ്മൾ
ഈ പണ്ടാരങ്ങൾക്കെന്നും,
'വയറെ' 'വായെ' ശരണമെന്നാ

ലൊരുകാര്യം കൂടി പറഞ്ഞേക്കാം
കേട്ടോ? കേട്ടത് കേട്ടാലുടനെ
മറക്കും പിന്നെ പിന്നെ കൊള്ളരു-
താത്ത പൊട്ടത്തരത്തിനും
ഉറക്കമുളച്ചുവോട്ടും ചെയ്യും

ആണധികാരത്തിനണികളനവധി
യെന്ന് എനിക്കിവിടെ പറയാൻ വയ്യാ....
യെങ്കിൽ പോകെട്ടെ,യത് പറ്റില്ല
പിന്നൊരുകാര്യം കൂടി രാത്രി-
യായതുകൊണ്ടൊട്ടും ഓടാൻ വയ്യാ
മരുന്നൊന്നുമാറിക്കഴിച്ചു-
മലബന്ധത്തിന് വയറ്റിൽ
പൊട്ടൽ ചീറ്റൽ കലശം തന്നെ
വയറു തടവി മൂക്കിനു പിടിച്ചും വയ്യ, വയ്യാ
അവനൊരു ധിക്കാരി നിയമം ലംഘിക്കുന്നവൻ.

കോന്നീക്കാരി കൊച്ചമ്മേടെ മകളൊ-
രെണ്ണക്കറുമ്പി മടക്കുസാൻ പോലെവന്ന
ആയുധരില്ലാതെ തമ്മിൽ തമ്മിൽ
തല്ലിത്തല്ലി മൂക്കുമുറിഞ്ഞും,
പല്ലഞ്ചാറുപോയി, മുള്ളുവേലിക്കാലുപോലെ
ചോരയൊലിപ്പിച്ചു കണ്ണുകലങ്ങിച്ചുവന്നു
നീറ്റലോടൊഴുകിയ ചോരയൊപ്പിയെടു
ക്കാനാഞ്ഞു മുലക്കച്ച പറിച്ചെടുത്തു.

നാണക്കേടിനു മാറുമറക്കാനുടുതുണി
ഉരിഞ്ഞു മാറു മറച്ചു, വിളിക്കാതെ
വന്ന പോലീസ്സേമാന്റെ, യേമാൻ
ഇവളെകണ്ടു കണ്ണൊന്നുരുട്ടി
പോക്സോ കേസിനാഞ്ഞുവലിച്ചു.

സിംഹവിനയം

അതാ, അത് അതിശയവിനയത്താൽ
കണ്ണാടിയിൽ നോക്കി നിന്നതിവിശിഷ്ടം
ഇതാണോയെന്റെ രൂപമെന്ന്
മനസ്സിലോർത്തു പല്ലിളിച്ചു-സിംഹരാജൻ
നാവു നീട്ടി നുണഞ്ഞപ്പോളറിയാതൊന്നു
ഗർജ്ജിച്ചു 'ശത്രുവാണോ? യല്ല
കഴുത്തൊന്നു നീട്ടി ചലനം
കണ്ണാടിയിലിതുകാൺകെ നടമടക്കികിടന്നു.

ഇതൊരു സിംഹരാജവിനയം
മോഹവികാരങ്ങൾ ശമിക്കാതെ-
യതിനുമൊരുത്തമാവധിനന്ന്
ഈ കലാക്ഷേത്ര ഭൂമിയിൽ
ബഹുമതിയില്ലാത്ത മുദ്ര-
യാണീ നിദ്രവൈഭവം ശയനം.

വായനശാല

ഒന്നാംപാഠത്തിലൊന്നാ.....
ദ്യത്തെ വായനശാല
അറിവില്ലായ്മയുടെ പെരും
കാലനാണ്.

മായികെ, വർണ്ണപ്രപഞ്ചമേ
അനക്കമെറ്ററിവു പകരാത്ത
തങ്കനൂൽത്രാസ്സിലാണ് പ്രപഞ്ചോദയം
നീകണ്ടെന്തോരത്ഭുതമവർണ്ണനീയം
ഈലോകരഹസ്യമാർക്കെന്തറിയാം?

അനശ്വര വർണ്ണജ്വാലകൾ കണ്ടു ഭ്രമി
ച്ചെനിക്ക്, ഞെക്കിപ്പിഴിയാതിരിക്കാനാവില്ലെ-
ന്റെ, വർണ്ണചിത്രങ്ങൾക്കു പൂശുവാൻ
അതീന്ദ്രജ്വാല പ്രഭയ്ക്കാദരവോടു
കാഴ്ചവയ്ക്കുവാ-
നെന്റെ പ്രാണനല്ലാതൊന്നുമില്ല

കണ്ണിനുൾക്കണ്ണാണെന്റെ തേരാളി
നിന്നതീന്ദ്ര ജാലവിദ്യാ മറയഴിയ്ക്കാ-
തൊട്ടിയന്ധാളിച്ചു നിന്നൊരു മൺ-
പ്രതിമപോലെ നിന്നുത്കണ്ഠാകുലനായി-ഞാൻ
ഈലോകരഹസ്യമാർക്കുമൊരുത്തരമില്ല
ഗ്രന്ഥപാണ്ഡിത്യമൊന്നുമില്ലാതെ നരന്
ചുവന്നരക്തമാണെന്നറിവിലൊതുങ്ങി.

ഹൃദയമുൾക്കണ്ണുതെളിയുവോളം

അസ്തമനമില്ലാത്തൊരുദയംവരെ വായന
അത്ഭുതവിത്തുവിതച്ചോരു വെൺ-
കുറ്റക്കുടചൂടിയവളോരു പൂക്കാല
വസന്തവുമായി കുണുങ്ങിക്കുണുങ്ങിവരും.

നിറയറിവിനാദ്ധ്യാക്ഷര-
ശിലകൊത്തിയ മുനീശ്വരന്റെ
തൃക്കൈ നാരായമുനയിലിരുന്നെന്റെ
യഹന്തയറ്റൊഴിഞ്ഞാദ്യം

വായന ചൊടിമലരിലൂടോട്ടണം
വാക്കുകളുരുവിട്ടുരുവിട്ടൊറയ്ക്കണം
വായിക്കാൻ ബാക്കി വെയ്ക്കാത്തയേവരും

ഋഷിജന്മങ്ങളാകണമെന്നും.

തുടക്കം മുതലന്ത്യംവരെയും
ചുമടുകളില്ലാത്തോരുപദയാത്ര
കാലൊച്ചയില്ലാത്തൊരു
കൊലമരം കണ്ടു
കോടതിവിചാരണ കേട്ടു
ദു:ഖങ്ങളില്ലാത്തോരഴകുള്ള
മുഖാമൃത ചിരികണ്ടു,

ആരും കാണാത്തോരതിനിഗൂഢ
രഹസ്യ മതിലിരുപ്പുണ്ടു.
കനിവുറ്റതള്ളയെന്നെ
പൊന്നുപോലെ ലാളിച്ചു -
പോറ്റും ആജീവനാന്തകാലം വരെയും

ജീവിതനിലയ്ക്കിനിയൊരേക കാവൽ
ക്കാരനൊരാദരവുമാത്രമെന്നും വായനശാല.

കുശുമ്പ്

കുശിമ്പിക്കിന്നലെ രാവിലെ
കുളിമാറിയെടി നാത്തൂനെ...
ഇരുകൈയ്യും വീശി മേനി നടിച്ചു
നടന്നു വീണ്ടും നാണിപ്പെണ്ണ്

നരനു കുശുമ്പിൻ വിത്തുകിളിർത്താ-
ലന്ത്യം വരെയും പൊട്ടാതൊട്ടി
കുലകുലയായി കായ്ച്ചനവധി
കുട്ടിപ്പരമ്പരകളുയരാതുയരും
മലപോലിങ്ങോട്ടങ്ങോട്ടുടലുകൾ
വെറുതെ നാവറിയാതായുന്നു
വിരുതുടലുകളെന്നും ഭോജന
ശാലകളായിത്തീരുന്നു.

മുറിവുകളിലിളകിയ വളകിലുക്കം
വഴിയരികിലെയെരിതീപോലുയരുന്ന
പലരിലുമീജ്ജീവിതാവർത്തനം
വിപരീതഫലവിതേതോ ജന്മം
നിത്യചൈതന്യ മകപ്പെട്ടുലകി
ലെല്ലാജന്മങ്ങളിലും നിറയാത്ത നന്മകൾ
വറുചട്ടിയിൽ മലരുപൊരിയുന്നോ
രോർമ്മയ്ക്കിരിക്കാനിടമില്ലിതുപോലെ

കുശുമ്പിന്റെ ദാസ്യപ്പണിക്കിടക്കിടെ
കിട്ടിയ മന്തുകാലന്റാട്ടും തൂറ്റും തൊഴി
കളിലിളിഭ്യതയിൽ മുങ്ങി മുങ്ങി
പ്പൊങ്ങിപ്പൊങ്ങിപ്പായുന്നോരു

കുശുമ്പലങ്കാര ഗ്രാമദേവത-
യെഴുന്നുള്ളുന്നോരു കണ്ടാനന്ദത്താൽ
നൃത്തം ചെയ്യും മയിലുകൾക്ക്
പാടാൻ വന്ന പുള്ളിക്കുയിലുകൾ
അങ്ങോട്ടിങ്ങോട്ടോടിക്കൂവുന്നേ!

സ്പർദ്ദ പൂത്തു വിളഞ്ഞു വിത്തുകളകത്തു
കൂട്ടിമുട്ടിയ കലമ്പലിൽപ്പൊട്ടിപ്പൊട്ടി
ച്ചീറ്റിച്ചീറ്റി ച്ചിതറിച്ചിതറി
കണ്ണുമുളപ്പിച്ചിരുകൈയെരിതീ
പ്പന്തവുമായി..... മേനിയഴകായൊരു
ഗ്രാമദേവത ഉറഞ്ഞാടിയെഴുന്നുള്ളുന്നേ
ലോകരാകെവേ നോക്കുക നോക്കുക
അസൂയലങ്കാര നാടാണെന്റെ നാടും
നഗരവും ഒരു പോലെ

കുശുമ്പിന്റെയമ്പാട്ടി മാരെ നിങ്ങൾക്കു
നരവംശ മരണം കാണാൻ കൊതിക്കരുതെ
നാളെ രാവിലെ വരണം നിങ്ങൾ
ജ്ഞാനവയലൊന്നു കൊയ്തുമെതിച്ച
പ്പതനമൊന്നാഘോഷിക്കാൻ
നമ്മൾക്കൊന്നായി സ്വർണ്ണത്താഴി
കക്കുടമുള്ളോരു സ്നേഹശാല
പടുത്തുയർത്താം നമുക്കു നാളെ

മനസ്സിലാശയുടെ സ്പീക്കറാണ് നാവ്
ആന്തരികാവയവത്തിന്റെ
ശീത സമരമാണ് മൗനം

പതിരായ പതിരെല്ലാം
നെല്ലായളന്നാലാനെല്ല്
നല്ലപൊലിയായിത്തീരില്ല
പൊളിവചനം പൊലിക്കില്ല
പൊലിക്കാത്ത പൊളിവചനം
നിത്യാനന്ദ സൗഹൃദവാഹകരാകുവാനു
ണർത്തുകയീ പുണ്യ ഭൂവിലുഷസ്സിനെ
കാറ്റിനിലവഴങ്ങുംപോലെ
നമ്മളേവരും സ്നേഹത്തിനു വഴങ്ങുക.

അക്ഷര മുത്തശ്ശി

പുഞ്ചിരിച്ചുംകൊണ്ടിരുന്നാലുമെപ്പൊഴും
ഉടയാത്ത ചില്ലു കണ്ണട മൂക്കത്തിരിപ്പുണ്ട്,
അക്ഷരത്തിടമ്പേറ്റി ബാല്യകാലയൗവ്വനം
മാറാതെ ലയിച്ചാസ്വദിച്ചക്ഷര മുത്തശ്ശി
തിടമ്പേറിയ, താളച്ചുവടുമായെഴുന്നുള്ളുന്നു
മാറാതോണാട്ടു മേൽമനത്തിരുമുറ്റത്തൊരാറാട്ട്
വലിയകുളങ്ങര പാഠശാലക്കു സ്വന്തം
എപ്പൊഴും ഇവിടെയുണ്ടുക്ഷര പ്രതിഭാ മുത്തശ്ശി

ശുക്രാചാര്യനു ഗുരുദക്ഷിണയ്ക്കായി
യേകലവ്യൻ പെരുവിരൽ മുറിച്ചപ്പോൾ;
ഭാരത മണ്ണിലെ ശാശ്വതസത്യം നടുങ്ങിപ്പോയി
മനുഷ്യവർഗ്ഗത്തിന്റെ മൂല്യം വളരെ.

വിളവൊത്ത വയലിൽ തലകുനിച്ചു
ചെറുകാറ്റിലുലഞ്ഞു തിരകളിലാടി-
ത്തിമിർക്കുന്ന പവിഴക്കതിർ
ക്കുലകൾ ചാഞ്ഞിളം കാറ്റിലാടുന്ന
നൃത്തമണിമുത്തിനാനന്ദ നൃത്തം
തിരിച്ചറിയാനിന്നിത്തലമുറ-
ക്കന്യംനിന്നുപോയീ കാഴ്ചകൾ

അഴിയാബന്ധങ്ങൾ

ഉട കുട മുടഞ്ഞിച്ചിരച്ചുതുള്ളുന്ന
രൗദ്രഭാവം കണ്ടിട്ടാണോ കുഞ്ഞേ
ഉച്ചത്തിലാദ്യ കരച്ചിലിന്റൂറ്റമയ്യോ
ഓമനെ, നിന്റെ മനസു വായിക്കുന്ന
പെരുംതച്ചനെ പോലെയെനിക്കുവയ്യ, യ്യോ!
പച്ച മണ്ണിലിങ്ങനെയാണോമനെ,

വനം നൊടിയിടവിടവിലൊരു
പഴമയും പുതുമയും ശാന്താനന്തരസ
പ്പിറവിയിലൊരു പിച്ചവക്കുന്നാനന്ദാഴ
മുള്ള സമവാക്യങ്ങളുലകത്തിന
തിരുകളില്ലാത്തോരേക നരലോകമായങ്ങുമാകണം

മണ്ണിനു മീതെ മനുജാ
മതാതിരുകളില്ലാത്ത ജ്ഞാനക്കുട
ചൂടി രസാനുഭാവ മർമ്മം, സ്വ,
നവീകരണ ജ്ഞാനശലയിലാഴ
മായി നീന്തിത്തുടിക്കണം.

വിശക്കാത്ത കരിങ്കല്ലു വിഗ്രഹത്തിനൂണു
കൊടുത്ത ജന്മങ്ങളറ്റാറ്റി-നി
ആരെത്തിരയുന്നഗ്നിക്കിരയെ
ത്തിരഞ്ഞുണ്ടു മതിച്ചു വിളയാടുന്നഗ്നി നീ

വർണ്ണവംശിയെ വെറികുലമെരിച്ച
വിറകറിവറിഞ്ഞുടലുകളൂതി
ക്കാച്ചി ഉലയില്ലാത്തൊരു പത്തര

മാറ്റുള്ളുയിരിനു നിന്റെ ജാതി പേരു മനസ്സിലൊരു
പ്രതിഷ്ഠ ചുമക്കുന്ന നീയാണെന്ത്ര മനുജൻ

അൻമ്പോടു കനിവറ്റളവില്ലാതൊരു
വിശപ്പുതന്നാരെയും ഒഴുവാക്കാനാവാതെ
ആജീവനാന്ത ശിക്ഷയ്ക്കപ്പീലില്ലാത്തന്ത്യ
വിധിയ്ക്കടങ്ങി യൊതുങ്ങിയെങ്കിലതേ
വിശപ്പിനുണ്ടോ, ജാതീത്തീണ്ടലിണ്ടലില്ലാർക്കും.

പതിയെ അടങ്ങിയൊതുങ്ങിയിരിക്കുന്നറിവു
തെറ്റാറില്ലതിനൊരുത്തരവുമില്ല
ഒന്നിനോടൊന്നു കൂട്ടിക്കലരാറില്ല

എറിമാറിക്കളിക്കാറില്ല
സത്തുമസ്സത്തുമില്ല
ഊരുംപേരും ചൊല്ലി
വിളയാട്ട മില്ലാരുടെ അതിഥിയായുറങ്ങാറില്ല

ജനനമോ മരണമോയില്ല
അതാണെന്റാനന്ദാമൃത്
മുഖാമുഖത്തുറ്റുനോക്കി
ച്ചിരിക്കാറില്ല അതൊരുനിറാ
മൃതാണ്, ആനന്ദാമൃതാണ്.

യൗവ്വനം വഴിഞ്ഞൊഴിഞ്ഞുച്ചചാഞ്ഞും
തലപഞ്ഞിക്കൊപ്പമായി ദേഹം മെലിഞ്ഞ
വൃദ്ധനരക്കുന്നൂവടി തോഴൻ
പിണങ്ങി വഴിയറ്റരോടയിൽ, അതാ വീണു
കിടന്നുറ്റുനോക്കുന്നു, വൃദ്ധനോ-
പരസഹായത്തിനായി കേഴുന്നു.

സ്പഷ്ടം

വാനരവാലിനാരഗ്നി കൊളുത്തി
പ്രണയ ലേഖന വാലിനു തീപിടിച്ചു
പരദൂഷണ നാവിനു ലഡുവായി
വഴിമരച്ചോട്ടിലത്താഴ വിരുന്നുണ്ണുന്ന
ചേറുള്ള ചെറുവരമ്പിലൂടെ
നടന കല അഭ്യസിച്ചാൽ
ദേശാടനക്കിളി വഴിമര നിഴലിലിരതേടി
ഉണ്ടുറങ്ങി ചിറകടിച്ചു പറക്കാൻ
പഠിച്ചതുപോലെ ശാസ്ത്രം പഠിച്ചാൽ
ചിറകില്ലാത്ത വാനിൽ പറക്കാം നമുക്ക് നാളെ
നിഷ്കളങ്കരും പരദ്രോഹികളും
തമ്മിലകലത്തിലിരകളാണന്ത്യം
ഞാനിന്നു മരിച്ചവരുടെ ആചാരത്തിനു
പിറകിലിരുന്നുത്തുമ്മിത്തുമ്മി
വിളിച്ചുണർത്തുന്ന പിണത്തെ നോക്കി
കണ്ണടച്ച ഫലത്തിന് നിങ്ങളെന്നെ
ഉറയിലുറങ്ങാത്ത വാളാണന്നറിയാത്തവർ
ക്കറിയില്ലിപ്രണയലേഖനത്തിന്റയനുഭൂതി-
യിലഗ്നിയുറങ്ങുന്നജ്ഞതയുടെ ചിറകടിച്ച
മരണത്തിന്റെ കൂട്ട നിലവിളികൾ
മണൽ ചുട്ടുകനലായ മരണ താളം
കേട്ടു കേട്ടു കൊണ്ടുരിയാടാനുടലിലാലിംഗനം
നടതള്ളിയ പതിയുടെ ചേല പോയി
മെയ് വഴങ്ങി മാനസമുരുകി രതിതാള-
മീചെണ്ടയിലാരു തട്ടിയാലും ശ്രുതിതാളം.

ഇതാണ് മണ്ണിനും മഹതിക്കുമൊരേതാളം

മത്സ്യകന്യകയുടെ സ്വകാര്യതയിലെ അയിത്തം
വറുത്തുകുത്തിയ മുനീശ്വര പുത്ര
ജീവനുള്ള പാട്ടിനു നിഴലുകളില്ല.
സങ്കടങ്ങളുരുകിപ്പഴുത്തുലയില-
ഴലുകൾ കരൾ തുടിക്കുന്ന രോദനം കാതിൽ.

ഗർഭവതിയാം അക്ഷര കവിത വെളുത്ത
പൗർണ്ണമിനാളിൽ നഗ്നപാദയായി
നടക്കാൻ പോയൊരുനാളിൽ
അവളുടെ തിരുനെറ്റിയിലൊരു
പൊട്ടുകുത്തുവാൻ കരിവള കിലുക്കി
യെത്തുന്ന വടക്കൻ കാറ്റെ - നീ
കാതിലേന്തിയതെന്തെന്നു ചൊല്ലുമോ?

നിന്റെ നുണയിണ കേന്ദ്രം ചിലമ്പണിഞ്ഞ-
പ്പറവയോടിഴുകി ശാസ്ത്രമഭ്യസിച്ചാലിന്നു
മഹാദേവക്ഷാമദേവതവാനിൽപ്പറന്നു പോം.

നുണയിലൊരുരിരുണ്ട ലോകംമുണ്ട്
അതാ.....നരനോരുദരശിശു
മണ്ണിലെ തലമുറകളെന്നും
ഏകാന്തവിലാപ ഗീതങ്ങൾ
ഭരണതോക്കിനിരകൾ
സ്മാരക ശിലാ മ്യൂസിയങ്ങൾ
ഗുരുവര അക്ഷര കലാലയങ്ങൾ
ദുർബ്ബലാത്മാക്കൾ
ഏകാങ്കാടുക്കള മുറിയെന്നും
(വിളയും കളയും വിളയുന്ന വയനാട്)

ചിമ്പൻസിയുടെ തലച്ചോറു ചുമ്മുന്ന
നരനറിയാത്തറിവുണരുന്നു
പൊരുതിയുരുകിത്തേഞ്ഞ
ഇടവഴി പാദമുദ്രകൾ
മത നിഗൂഢതയോടോലിയിട്ടു
വാലാട്ടുന്ന ചോറ്റുനായാണ് നരനായ്.

അനേക ജന്മത്തിലോരുജന്മം
ഈ ജന്മത്തിലനേകജന്മം
സുക്ഷ്മാണുക്കൾ
പ്രപഞ്ച നാരായവേരുകൾ.

പുനരാവർത്തി

പാറു അമ്മ പഴംചോറു
ചൂടാക്കിചൂടാക്കി
പൊരിച്ചയയലമീനും
കൊഞ്ചുതീയലും
കാന്താരിമുളകും ഉപ്പും
ചേർത്തരച്ച് തിന്നു തിന്നു
അല്ലേ പറഞ്ഞെട്ടെന്താ കാര്യം?
തലവിധിയാ?
ജാതകത്തിൽ അന്നു
വെക്കുന്ന ചോറുണ്ണാനില്ല
നിങ്ങൾക്കും ഇതെല്ലാം പിരചയപ്പെട്ട
സ്ഥിതിക്ക് ഞാനങ്ങു പറഞ്ഞേക്കാം
തൊഴുത്തുമാറ്റികെട്ടിയാൽ
മച്ചിപശു പ്രസവിക്കുമോ?
അതുപോലെ പഴയകഥക്ക്
പുതിയ തലവാചകം കൊള്ളാം.
ചൂടാറാത്ത കഥാ, കവിത
വിഷുവിനെങ്കിലും കിട്ടും.

വിശ്വ അഭിനന്ദനം

നവരാജകൽപ്പനകൊണ്ട്
കല്ലുപിളർക്കുന്നാജ്ഞ
പിളർക്കുന്ന കൊയ്റോ-
നിന്റെ തലച്ചോറരൽഭൂതശക്തി

പലപലവായിലാവലാതികൾക്ക്
ശവക്കച്ച മുറിച്ചൊരരചന്റെ
പാരമ്പര്യാചാരക്കുഴിമാടത്തിൽ
വെന്തുവെന്തെരിഞ്ഞ കൊയ്റോയിക്ക്
ആയിരമായിരം അഭിനന്ദനം....

പച്ചമലയാളക്കിളിവാലൻ വെറ്റില
മന ദക്ഷിണവച്ചു നടവാതൽ ചാരി
സങ്കല്പകാന്തിയിലിതാ പോകുന്നു - ജപ്പാൻ
വീഥിയിലൂടെ കൊയ്റോ, മൂകോ ദമ്പതികൾ
തെരുവിലെരിപൊരിനടപ്പാതയി-
ലാണുങ്ങൾ കുടവയറൻമ്മാർ ഊറിച്ചിരിച്ചു,
പൊന്നിൻ കരങ്ങളിലുറ്റുനോക്കുന്നു.

വിശ്വാഭിനന്ദനം പറയുന്നതുകേട്ട-
രചൻ മുഖംപൊത്തിനൊടിയിടയിലു
റ്റുനോക്കിയുടനെ തെല്ലൊരനുകമ്പ
പോലെ ജ്വലിക്കുന്നു മാപ്പാരുനൽകണം.
ഭരണാധികാരിക്കലിവേതുമില്ല - വീര
ശൃംഖലയാണുന്നം വച്ചു കുഴലൂതും
അത്യന്താപൽക്കരങ്ങളാലടിച്ചൊതുക്കും
കൊള്ളുന്നയവശൻമ്മാർ ധാരാളം

ദുഃഖത്താലവശയിലിതാ കിടക്കുന്നവശൻ.

ലളിത പദങ്ങളാലെണ്ണിയെണ്ണി കരയുന്ന
ദുഃഖനാദധ്വനിയാലേങ്ങലടിച്ചൊതുങ്ങുന്നു
നിൻ വിരോധം ചുട്ടെരിക്കാം കരിം ദുഃഖമൊഴിഞ്ഞു
വിധിപ്രണയ ലഹരിലൊരു ശൃംഗാരമുനയിൽ
ചേരുവാനല്ല പതിയോടു ചേരുവാനുള്ള
ഭ്രമമല്ലിയിഴുകിയുരുകിയുടലഴികലൊരു ഉയിരുരുകി
തങ്കമുത്തുള്ള ഗർഭപാത്രത്തിനൊരോമനയടയാളം.

പലപലവായിലാവലാതികൾക്ക്
ശവക്കച്ച മുറിച്ചൊരചന്റെ

പാരമ്പര്യാചാരക്കുഴിമാടത്തിൽ
വെന്തുവെന്തെരിച്ച കൊയ്റോയിക്ക്
ആയിരമായിരം അഭിനന്ദനങ്ങൾ

പച്ചമലയാളക്കിളിവാലൻ വെറ്റില
മന ദക്ഷിണവച്ചു നടവാതൽ ചാരി
സങ്കല്പകാന്തിയിലിതാ പോകുന്നു - ജപ്പാൻ
വീഥിയിലൂടെ കൊയ്റോ, മൂകോ ദമ്പതികൾ
തെരുവിലെരിപൊരിനടപ്പാതയി-
ലാണുങ്ങൾ കുടവയറൻമ്മാർ ഊറിച്ചിരിച്ചു,
പൊന്നിൻ കരങ്ങളിലുറ്റുനോക്കുന്നു.

വിശ്വാഭിനന്ദനം പറയുന്നതുകേട്ട-
രചൻ മുഖം പൊത്തി നൊടിയിടയിലും.

ശൂന്യൻ

എഴുതാതെ തോറ്റു
പ്രസവിയ്ക്കാതെ തോറ്റു
സമ്മതിയ്ക്കാനൊന്നുമില്ല
ഒഴിഞ്ഞ തൊട്ടിലിൽ
കിടാങ്ങളില്ല, അക്ഷരങ്ങളില്ല
കടലാസു ശൂന്യം നിങ്ങളി-
പ്പോഴെ ശൂന്യന്മാരാണ്.
ഈലോകജ്ഞാന സന്തതികൾക്ക്
കൂട്ടിരിപ്പു ചരിത്രമറ്റു
നിങ്ങളിപ്പോഴെ ശൂന്യൻ.

ആമവിലാപം

ജന ആരവം അകലെ കേട്ടു
ഗജരാജൻ നിലംകുലുക്കി-
യോടിവരുന്നു, ജനങ്ങളെല്ലാം
ഓടി വിരണ്ടു, ചങ്ങല-
ഭൂമിയിൽ കിലു കിലെ ചിലച്ചു,
ഉച്ചീപൂപ്പനാരെ
ഉള്ളം കൈവാഴുന്നോരെ,
യെന്നെയിപ്പം കൊന്നുപോകും,
നിന്നെയിപ്പം തിന്നുംപോകും.

കരിങ്കുയിലെ......

ഇരുളോളാകൃതി
മുറിച്ചുകൂവുന്ന കരിം-
കുയിലെ, നീയിനി
യിവിടെ കൂവരുതെ
''ഭ്ഫ......പുല്ലെ''
''ങ്........ (പറവ ഭാഷയിൽ)
യെന്റെ ശരീരാവശ്യത്തിനി
ത്തിരി മോന്തിയടി കുയിലെ!
ഞാൻ നിറുത്താം

നീയുമൊരു കാര്യം നിറുത്തണം
രാത്രിയിലെന്റെ തലയിൽ
തൂറരുതെ, കേട്ടോ,
പച്ചിലത്തളിരില കുട മാ-
വിൻ കീഴിലുറക്കം.
ചൂടുമലംകൊണ്ടു
ധാര കഴിക്കുന്നതുനിറുത്തണം.

പക്ഷി കുലത്തിലമ്മ-
ലാളനമേൽക്കാത്ത
കുരുത്തംകെട്ടവളെ,
ബിംബങ്ങളില്ലാതൊ
ളിക്കുന്നജാലവിദ്യ
നിനക്കന്ത്യം വരെ സ്വന്തം
കുലവാഴപോലെ കുലച്ചു.

നിന്റെ കൂവൽ നാദധ്വനി-

യെന്റെ ചങ്കിലൊളിച്ചെന്ന
രഹസ്യജാല വിദ്യാഗുരു, ആര്?
പറയരതാത്തയുത്തര
മെന്റെ തലയിൽ പെരുകി
നോവിരുവരുമുയരുന്നതുൾത്തടവിലു
മുളച്ചാഴത്തിനെന്തെകലംമെത്രകാലം.

ക്ഷമിക്കാൻ വയ്യ

വെറും പൂജാമലരുകളർപ്പിക്കുന്ന
വർണ്ണ ചിത്ര ലിപികളല്ല
ഞടുങ്ങുന്ന ജീവരഹസ്യം
പതിയെയിരിക്കുന്നാരോടും
ഭാവമില്ലാത്തക്ഷരാഗ്നി
ഇരു കരയിലൊതുങ്ങാത്ത വെളിച്ച
വുമായി ഭൂലോക നെറുകയിലുദിച്ചു
നില്ക്കുന്ന സൂര്യ, നിന്റെ ദാർഷ്ട്യം ക്ഷമിക്കാൻ വയ്യാ
ആർക്കുമാവില്ല, ഗംഭീര ഭാവം
ഈ ലോകജീവിതം
സന്ദർഭങ്ങൾക്കൊന്നും
മരണകാലം വരെയുൾഭയം
ചുമക്കുന്ന തീരാ രഹസ്യം, ദുഃഖം.
കള്ളനെപ്പോലീശ്വരനൊരു
മോചനം തരാതെ ശ്മശാനം
തോറും കണക്കെടുക്കുന്നു.
മണ്ണുതന്നതെടുത്തുണ്ടുഞാൻ
എൻതടികൊടുത്തെന്റെ കടംതീർത്തു.

വിതുമ്പുന്നു കാവ്യകലയുടൽ കണ്ടു
മോഹിച്ച മുറിവുണക്കാനൊരു
ഭിഷഗ്വരായുധാവനാഴി ശൂന്യം
മായാതെ, യതാരുടെ കുറ്റം സൃഷ്ടിവൈഭം,
ഒരു സ്ഥിര ധൈര്യാത്മാർത്ഥത
കണ്ടു മുട്ടിയിരുവരുമാഴ
ക്കയത്തിലിഴയഴിക്കുരുങ്ങി,യഴി
ക്കാതാവാതായ വിയർപ്പുമോന്തി-

ചന്ദനക്കട്ടിലിന്റെ സുഗന്ധമറ്റു
ഇരു മനമലർ തേൻ കുടമുടഞ്ഞു
വാടിയോ? വനമലർ മുത്തെ, നിന്റെ
ആനന്ദമൊരല്പ കാലംകൊണ്ടസ്തമിച്ചോ-
രമ്മയായി ജീവിതമൊരന്ത്യം!!!

പുന്നാരമകൾ

എത്രവളർന്നാലും ഞാനെന്നും
പുന്നാരമോളല്ലെയമ്മക്കെന്നും
നേർച്ചയനവധിനേർന്നുണ്ടായത്
പെണ്ണായിപ്പിറന്നെപ്പം അമ്മയ്ക്കും-
അച്ഛനും മനസിലെപ്പോഴും തീ-
യായിത്തീർന്നുരുകിപ്പുകയുന്നു.

ജീവിതത്തിനൊരൂന്നുനൽകുവാൻ
ആരോരുമില്ലാത്തമ്മയും അച്ഛനും
യെനിയ്ക്കുവേണ്ടി കത്തിയെരിയുകയാവാം
ഒടുവിലൊടുവിലൊരാശ്രയം മാത്രമാണു
മൃദുലോല ഹൃദയം വെറുതെയേങ്ങലാണ്
കണ്ണുനീരൊഴുകി വിശുദ്ധരായെങ്കിലും.

ഇതൊരുവാർത്തയല്ലാത്ത വസ്തുതയാ-
ണിതുകാണാൻ കാഴ്ചയില്ലതുപോരാ..
മനുഷ്യപ്പുഴകടുകിലോളിപ്പിച്ച-
സമബുദ്ധിയോടു സമഭാവന
പാഠശാലഅഖണ്ഡ
ഭാരതമാണ് തലവിധി.
പതിയോടുചേരുവാനവധിയില്ല-
ഴകിലിരിപ്പു കണ്ടാലാരും കൊതിച്ചുപോകും
തങ്കക്കുടത്തിനെയാരും കാണാതെ-
ങ്ങനെയെവിടെ ഒളിക്കും ഞാൻ.

അന്നനടക്കാരി

ലക്ഷ്മികരങ്ങളിൽ പവിത്ര
വെള്ളപ്പളുങ്കുവിയർപ്പു മുത്തു-
കളിരുകരങ്ങളാൽ കൂട്ടിവാരി
കനകനെൽമണി വിളകൾ
വയൽച്ചെളി നീരിൽ പാകിവിളകതിർ-
ക്കുലകൾ ചന്ദ്രകാന്ത നീലനിലാവിലിളം
കാറ്റിലാടിത്തിരകൾപോലാനന്ദനൃത്ത-
ച്ചുവടുകളിളകുന്നു കാണാനെന്തരാനന്ദം.

വിളവൊത്തവയലിൽ തലകുനിച്ചു
ചെറുകാറ്റിലുലഞ്ഞ് തിരകളിലാടി-
ത്തിമിർക്കുന്ന പവിഴക്കതിർക്കുലകൾ
ചാഞ്ഞിളംകാറ്റിലാടുന്ന നൃത്ത-
മണിമുത്തിനാനന്ദനൃത്തം തിരിച്ചറി-
യാനിന്നത്തെ തലമുറയന്യംനിന്നുപോയി കാഴ്ചകൾ.

കാർമുകിലിരുൾ തുളച്ചു
അരയെന്നപ്പിടപോലെഴുന്നുള്ളുന്ന
പൂനിലാചന്ദ്രിക, കാടിനുവെള്ള
പ്പുടവനുറിഞ്ഞുടുപ്പിക്കുന്ന അന്നനടക്കാരി.

പുലിവാല് പിടിച്ച്

ഇന്നേവരെ രണ്ടു തത്വസംഹിതകൾ
കൂട്ടിമുട്ടി വാശിയോടെയെതിർത്തിരുപക്ഷം
മുഴുവൻപേരും ജയിച്ചുമില്ല തോറ്റുമില്ല-
യിതെന്തൊരൽഭുതമതിശയ തത്വം?
ഒളിവു, വെളിവാകാതെയൂതി വീർപ്പിച്ചു
പിടിതരാത്ത യൗവ്വനായതിരുകടന്ന വേടൻ
തേനീച്ചകുത്തേറ്റു വാങ്ങി കൂടരിച്ചു വീർത്ത
ദുഷ്ട മൃഗത്തിനിരയാകാതെയെതിർ-
ത്തോരുണിനുമാത്രം കഷ്ടിച്ചൊരു ജീവൻ കിട്ടി.

കവിശ്രേഷ്ഠൻമാർക്കോരാശയ
ഐക്യം വന്നുപോയാൽ പിഴച്ചതാണെന്നോർക്കാം
നമ്മളങ്ങനെയെന്തെല്ലാ-
മൊരത്ഭുതം കൈവെള്ളയിലെ
പ്രപഞ്ചശില്പങ്ങളാർജ്ജിച്ചു-
യെന്റെ ശരീര പുസ്തകത്തിലൊന്നാം
പാഠത്തിലെ പുറംചട്ടയിൽ
കൊത്തിവെച്ചിരിക്കുന്ന ഉൾക്കണ്ണിനുപഠിയ്ക്കാം

മതമില്ലാത്ത ശവം
മതമില്ലാത്ത ജീവൻ
മതമില്ലാത്താശയം
മതം മതിച്ചിളിഭ്യരായി

മരിയ്ക്കാത്ത മരണം

വ്യഥാഗ്നിയിൽ പൊന്ന്കായ്ക്കുന്ന മരം പൂത്തുലഞ്ഞു
ഉപാധികളില്ലിനി നാളെ
സൗജന്യമായി മരണംവരെ തൂക്കും
അപ്പീലില്ല ഉത്തരവായി
തുഴപോയ ജീവിതനൗകയ്ക്ക്
തായ്‌വേരില്ലാത്തലകടലേ
നിനക്ക് തോണിയെന്തിനാ-
ത്തോണിയ്ക്കാഴക്കടലുവേണം.

സിദ്ധാന്തവൈരുദ്ധ്യം നിത്യാനന്ദ
വൈരുദ്ധ്യാത്മജീവിതം
നരനാവുനരനു, നരകപാത തീർത്തു
ജീവിക്കുന്ന വൈരുദ്ധ്യം പിളർക്കാത്താദർശം
പിളർന്നു പിളർന്നിട്ടും ഒരാണും പെണ്ണും പിളരുന്നില്ല.

തത്വം പിളർന്നു പിളർന്ന് ജീവിതം
പൊള്ളയായ വേഴാമ്പൽപോലെയിരിക്കുന്നു.
എല്ലാമുള്ളവനെന്നും
ഒന്നും ഇല്ലാത്തവനെയും
ഓച്ചിറയിൽ "വാ" കാണാം
രാജാങ്കണത്തിൽ തലപ്പാവില്ലാത്തയേകമയൻ
ജ്ഞാനകണ്ണിന് ലളിതഭംഗി

വാക്കിനർത്ഥം പൊളിച്ചു പൊളിച്ചു
ബാക്കിയൊന്നുമില്ല വെറും തോന്നൽമാത്രം
സത്യം വെറും ചെറുത്
ഭാരം ഉയർത്താൻ നീയും വേണം

അൽഭുതങ്ങളിലില്ല അതാണൊരു-
മഹാത്ഭുതം അതാ; സത്യം
മരിച്ചു മരണം മരിക്കുന്നില്ല
മരിച്ചു..... ഉണ്ട്....ചത്തു
ഇതിങ്ങനാണു.....

വിടപറയാത്ത കല

നീലാകാശത്തമ്പിളിമുറ്റത്തെ മഴവില്ലഴകേ-
യിനിയിങ്ങനെ ഒളികണ്ണിട്ടു
നോക്കി നിന്നു നുണഞ്ഞാൽ മതിയോ
കരളേ കൊതിതുള്ളുന്നു.

ഒളിക്കാനൊരിടമില്ല മുത്തേ!
മെയ്യാനന്നത്തിനു വാതിൽ തുറക്കും
കള്ളച്ചിരിയുമായൊന്നിങ്ങു വന്നാട്ടെ
പൂമെത്തയിൽ കസ്തൂരി പൂശും ഞാൻ
മതിവരാത്തൊരു രതി വേദന തന്നു നീ,
തുടക്കവും ഒടുക്കവുമെവിടെവരെ
ഈ മലർമെത്തയിലിരുപൂവൊന്നു മെയ്യ്യായി
മധുരോത്സവ ആറാട്ടിനെന്തു സുഖം?

വഴിമദ്ധ്യേ മുഖം കുനിച്ചുനടന്നപ്പോൾ
ചൂണ്ടകൊരുത്ത കണ്ണെന്തിനെന്റെ
ചങ്കിന് വലിച്ചെറിഞ്ഞവളേ!
പ്രാണനറ്റു പോകാറായിട്ടും നീ
ഒരുനോക്കു കാണാൻ പോലും വന്നില്ല.
കാണാത്തഭാവത്തിലെന്തേ നീ
ക്രൂര വിനോദം പിരിഞ്ഞാലും
ഈ കടം നീ തീർക്കുമോ?
ഉറക്കത്തിലെപ്പോഴും നുള്ളിനോവിയ്ക്കുന്നു.